CHAMBRE CONSULTATIVE INDIGÈNE

DU TONKIN

Session d'Octobre 1925

DISCOURS

PRONONCÉ PAR

M. J. KRAUTHEIMER

Résident Supérieur p. i.

HANOI

—

M. CM. XXV

CHAMBRE CONSULTATIVE INDIGÈNE DU TONKIN

Session d'Octobre 1925

DISCOURS

PRONONCÉ PAR

M. J. KRAUTHEIMER

Résident Supérieur p. i.

HANOI

—

M.CM.XXV

MESSIEURS,

En ouvrant cette session de la Chambre consultative, je tiens à saluer en vous les représentants avertis de ces vaillantes populations tonkinoises, qui, confiantes dans leur destin, entendent jouir de la Paix française pour travailler, dans l'ordre, à la prospérité de leur pays.

Cette prospérité, que nous voulons asseoir sur des bases solides capables de résister aux assauts de la nature ou des hommes, nous la voyons poindre sous l'humble paillotte du cultivateur comme dans la confortable demeure du propriétaire, sur l'éventaire du petit détaillant de village comme dans les magasins de nos villes, dans l'atelier familial comme dans l'usine ou la grande exploitation industrielle.

Si elle est incontestablement due aux qualités primordiales du peuple, vous ne devez cependant pas oublier qu'elle n'est possible que par la sécurité et la tranquillité que la France vous assure chaque jour, de même qu'elle ne peut subsister et progresser que par une collaboration toujours plus intime de notre bonne volonté et de nos efforts réciproques.

C'est à cette collaboration que je vous convie. La tâche qui reste à accomplir est immense. Nous la poursuivrons comme nos devanciers en communauté de sentiments, sûrs du but à atteindre, avec une foi inébranlable dans l'œuvre entreprise.

L'exemple que nous donne la population des campagnes n'est-il pas réconfortant ?

Ni les inondations qui ont submergé deux de nos plus belles provinces, ni les troubles qui plongent la Chine dans un état d'anarchie des plus lamentables n'ont eu prise sur les populations laborieuses qui ont opposé à ces événements la parfaite sérénité d'âme qu'elles puisent dans une foi robuste en leur force vitale comme dans une profonde confiance en notre protection.

Si nous nous rappelons les ravages provoqués par la rupture de Phi-liêt, l'exode des sinistrés, l'organisation des secours, le retour à la rizière au fur et à mesure du retrait des eaux, le travail acharné et patient en vue de la récolte du cinquième mois, nous sommes frappés tant par le calme courage déployé dans des circonstances malheureuses que par le magnifique élan de solidarité sociale qui s'est manifesté dans tous les milieux indochinois.

Un peuple qui fait preuve d'une telle abnégation comme d'une telle énergie devant la fatalité ne saurait se laisser détourner de la voie que ses protecteurs, ses représentants, dans un noble souci du bien général, lui ont tracée.

Cependant, il faut l'avouer, à mesure que la prospérité s'affirme, que les bienfaits du progrès se précisent, certains, ignorant le passé, se laissent gagner aux influences mauvaises. La mémoire des hommes est oublieuse. Ils ont perdu le souvenir des misères écartées, des maux qu'un effort patient a atténués, des améliorations que dans tous les domaines une action bienfaisante a su apporter. Ils s'hypnotisent sur des imperfections inévitables car aucune œuvre humaine n'est parfaite et ils en font grief à l'Administration pour justifier leurs excitations souvent intéressées.

Défiez-vous des ambitieux, avides de jouer un rôle, laissez à leurs chimères les mécontents : leurs promesses sont trompeuses.

Si par aventure, il vous est donné d'en rencontrer, montrez-leur dans le pays voisin le résultat obtenu par la réalisation de leurs idées. Tournez-les vers la frontière du Nord. Montrez-leur ce que peuvent faire d'un grand pays, de sa richesse, les aspirations au désordre et la méconnaissance du principe d'autorité. Le spectacle, s'ils sont sincères, pourra les rendre plus sages. Là, ils verront au milieu d'ambitions déchaînées un peuple pourtant sain sombrer progressivement dans la misère et l'anarchie ; l'anarchie avec tout son cortège de désolations, de ruines, de deuils !

Que ce tableau attristant mais vrai soit pour eux un enseignement salutaire. Qu'il serve à protéger les faibles, les timorés, contre les contagions dangereuses.

Quant à nous, Messieurs, sûrs du devoir que la raison nous trace, poursuivons notre tâche sans défaillance. Le bonheur humain est fait d'un progrès continu vers le mieux être individuel dans une organisation sociale robuste et respectée. Attentive à vos vœux, curieuse des besoins du peuple, l'Administration du Protectorat s'attachera avec vous, par vous, dans la limite des possibilités générales, à la réalisation de ce programme idéal qui exprime en son essence la claire pensée de la France civilisatrice.

Puisqu'aussi bien, c'est aux résultats que se mesure la valeur des plus nobles desseins, examinons tout de suite comment s'est poursuivi, depuis un an, dans les domaines variés de l'activité économique et morale, le développement du pays dont la grandeur et le bien-être nous sont confiés.

∴

Au premier plan des préoccupations du Protectorat a toujours figuré l'accroissement de la richesse matérielle des habitants ; mais celui-ci ne peut résulter de la seule bonne volonté des pouvoirs publics car il reste avant tout fonction de la part de travail et d'initiative due par chaque individu.

Il incombait donc à l'Administration française, après avoir doté le pays protégé de l'outillage économique indispensable : chemins de fer, routes, digues, canaux, de prévoir parallèlement les dispositions nécessaires pour favoriser l'activité individuelle et la placer dans les conditions les meilleures en vue de son concours à la prospérité commune. Cette idée directrice se retrouve dans l'action de chacun des Résidents Supérieurs qui m'ont précédé. Toutes les réformes entreprises : institution de l'état-civil, réorganisation communale, modification du régime foncier portent la trace d'un effort régulier vers le but assigné. Personnellement, avec une foi fervente, nous avons poursuivi l'œuvre commencée, cherchant à obtenir de chaque réforme le maximum de résultats, consolidant les avantages acquis, avançant chaque jour, lentement mais sûrement, dans le chemin du progrès.

L'institution de l'état-civil indigène au Tonkin date de 20 ans. Ce n'est pas précisément, comme vous le voyez, une réforme nouvelle. Elle a connu des débuts particulièrement difficiles. Les habitants, surtout ceux des campagnes, réfractaires à toute intrusion dans leur vie familiale, témoignaient une répugnance profonde à faire enregistrer les événements donnant lieu à déclaration d'état-civil. L'ignorance des autorités, des notables chargés de recevoir ces déclarations paraissait d'autre part un obstacle insurmontable. Cependant, la réforme est entrée peu à peu dans les mœurs. Des modifications dictées par l'expérience ont été progressivement apportées. Au nombre de ces améliorations figure, comme vous le savez, celle toute récente relative à la tenue des registres en quôc-ngu adoptée d'abord dans la province de Hà-dông et étendue, depuis, à toutes les provinces du delta. Son acclimatement est en bonne voie.

Aujourd'hui, grâce aux efforts continus de chacun, grâce à la persévérance, condition première et indispensable du succès lorsqu'on aborde une tâche nouvelle particulièrement ardue, il n'est plus permis d'avoir de doute sur le succès de cette réforme et nous pouvons être satisfaits des résultats obtenus.

La réforme communale, qui apporte des améliorations essentielles dans la vie des collectivités indigènes, doit nous fournir l'occasion d'éprouver encore la volonté tenace de tous ceux qui placent l'intérêt général au-dessus d'intérêts personnels égoïstes. Vous connaissez tous l'objet de cette réforme.

Le Résident Supérieur titulaire, à qui vous la devez, vous en a entretenus au cours d'une session antérieure et en a fixé, par un texte règlementaire et des instructions précises, les modalités d'application.

Au cours de l'année écoulée, rien n'a été négligé pour assurer le développement normal et régulier de cette réorganisation, notamment en ce qui concerne l'institution des budgets communaux. Un effort important a été accompli de front dans toutes les provinces du Tonkin. Je ne veux point vous citer de chiffres. Les résultats qu'ils pourraient indiquer vous apparaîtraient trop théoriques.

Il est évident qu'en fait, la réforme se heurte à de vieilles habitudes consacrées par la tradition orale qu'il n'est point au pouvoir d'un règlement de faire immédiatement disparaître. Beaucoup de budgets ne sont pas encore empreints de toute la sincérité désirable et n'ont été établis que pour obéir à l'impulsion de l'autorité.

Gardons-nous cependant des critiques trop faciles ; soyons persévérants, c'est, vous l'avez vu, la condition du succès. La situation actuelle ne nous incite-t-elle pas d'ailleurs à la confiance ? L'instruction, en pénétrant de plus en plus dans la masse, assure aux jeunes qui viennent une compréhension meilleure de l'intérêt général. Ils saisiront mieux et plus rapidement que leurs aînés l'utilité des gestions claires qui les mettront à l'abri de l'arbitraire de notables encore trop souvent ignorants ou intéressés. A vous, qui êtes l'élite, qui pouvez apprécier la portée de la réforme, nous vous demandons de nous aider. Vous le ferez par vos conseils d'abord, en soulignant les points faibles de l'œuvre que nous voulons édifier sur de solides fondations ; par l'exemple ensuite, en prenant personnellement dans vos villages la direction de la réforme, en cherchant à la faire comprendre, en la justifiant aux yeux de tous, pour hâter l'époque que j'entrevois proche où elle sera pratiquement réalisée dans son plein épanouissement qui lui assurera la perpétuité dévolue aux lois des plus sages.

Au point de vue de l'évolution sociale, la réorganisation du régime de la propriété foncière marque également une étape capitale. Depuis longtemps déjà, la nécessité d'asseoir d'une façon durable la propriété foncière, de lui donner un statut, une fixité qu'elle ne possédait point, de lui conférer si l'on peut ainsi dire une véritable personnalité à l'image de celle qui lui est accordée dans la Métropole, était apparue à tous les esprits soucieux de l'avenir du pays.

Pour parler bref, l'heure était venue de doter celui-ci d'un livre foncier exact, pratique, minutieusement tenu qui fût à la propriété terrienne ce que l'état-civil était aux individus.

La solution idéale eût été évidemment de procéder partout à l'immatriculation foncière à l'aide du cadastre parcellaire. C'est le système français. Nous l'avons tenté dans la province de Hà-dong où le relevé général des biens fonds sera la représentation exacte des données précises fournies par les opérations sur le terrain. Mais le procédé, en raison de l'extrême division de la propriété tonkinoise, est long et surtout très dispendieux. Quelques chiffres vous donneront à cet égard, mieux que toute explication, une idée de l'importance du travail à accomplir et de l'effort financier qu'il exige.

Dans la seule province de Hà-dông, le nombre des parcelles à relever dépasse le million, soit un nombre de parcelles plus grand que celui de la Cochinchine entière et les dépenses occasionnées par les opérations techniques peuvent être évaluées à 300.000 $ environ.

L'Administration du Protectorat a donc été amenée à penser qu'il était préférable de poursuivre l'établissement du dia-ba provincial indépendamment du cadastre parcellaire, qui sera continué progressivement, en se servant du cadastre par masse de culture déjà existant, complété, en ce qui concerne l'abornement et la superficie des parcelles, par les déclarations des propriétaires intéressés. C'est ce qui a été fait dans la province de Ninh-binh où les résultats obtenus, controlés par des vérifications récentes, sont encourageants.

Dans la province de Hai-duong, ce travail a été effectué dans les mêmes conditions mais complété par un croquisage des parcelles, vérifié ensuite à l'aide de photographies par avions. Nous comptons le poursuivre prochainement dans d'autres provinces comme Son-tay et Thai-binh.

Il est encore trop tôt pour porter un jugement sur la nouvelle organisation, mais nous avons la conviction qu'elle ne tardera pas à donner les résultats heureux que nous sommes en droit d'attendre des décisions prises.

Nous arrivons ainsi, par cet ensemble de réformes dont la réalisation est indispensable pour l'évolution sociale du peuple annamite, à entrevoir comme prochaine l'institution du crédit agricole conçu par M. le Résident Supérieur Monguillot et dont les modalités de fonctionnement ont été à plusieurs reprises exposées par lui.

Alors, Messieurs, une part importante de notre tâche aura été accomplie. Le paysan, libéré des entraves d'une organisation collective routinière, assuré de trouver dans le nouveau cadre communal la sauvegarde de ses intérêts essentiels, de pouvoir obtenir à des conditions inespérées les avances de capitaux qui lui font actuellement défaut, pourra, avec la plénitude de moyens que nous recherchons pour lui, concourir au bien-être général du pays.

Nous ne voulons point cependant clore ce chapitre sans vous parler d'un essai que, dans le même ordre d'idées, nous venons de tenter pour favoriser la petite colonisation indigène dans la haute et moyenne région. La question vous est connue. La population du delta est pléthorique, les villages surpeuplés manquent de terres, alors que dans la haute région de vastes étendues cultivables pourraient être mises en valeur. La réglementation préparée et qui vous sera soumise s'est donnée comme objectif de favoriser un courant d'émigration vers ces terres libres en faisant appel surtout aux cultivateurs pauvres par l'octroi de petites concessions. Les conditions d'attribution sont simples, les formalités administratives, réduites dans la mesure du possible. Nous vous demandons de les étudier avec soin et de nous faire part en toute franchise des remarques que leur examen pourrait vous suggérer.

Messieurs, si nous avons insisté aussi longuement sur les efforts entrepris par l'Administration du Protectorat pour améliorer et développer la situation matérielle du pays, cela ne veut pas dire cependant que nous nous sommes désintéressés du programme plus élevé qui vise au perfectionnement et à l'épanouissement chaque jour plus grand de sa vie intellectuelle et morale. Ce but a eu sa place la meilleure pourrions-nous dire dans notre pensée.

Au cours de l'examen du budget, vous constaterez l'importance du programme sur le point d'être réalisé en vue de diffuser l'instruction et d'en répandre partout les bienfaits.

Depuis l'année dernière, 65 nouvelles écoles ont été créées et la population scolaire a augmenté de plus de 5.000 unités. La création du certificat d'études élémentaires indigènes réclamée par vous lors d'une de vos précédentes sessions est un fait accompli. Partout, elle a été favorablement accueillie. Cette année, pour la première fois, plus de 13.000 de ces diplômes ont été attribués. Cette simple constatation ne suffit-elle pas à mettre en relief l'efficacité de notre enseignement élémentaire indigène ? La question du personnel enseignant n'a pas non plus été négligée. Augmenter la valeur des maîtres du premier degré a été notre souci constant. Des mesures appropriées ont été prises pour leur assurer une formation plus complète, plus conforme à leur rôle d'éducateur. L'école normale d'instituteurs d'une part, les cours normaux pour la préparation professionnelle des moniteurs d'autre part, améliorés notablement dans leur fonctionnement, nous assurent de plus en plus un recrutement de choix. Des cours de perfectionnement portant sur la pédagogie sont en outre prévus dans les provinces pour donner aux maîtres en exercice, n'ayant pu bénéficier de cet enseignement, les éléments de pratique professionnelle qui peuvent leur faire défaut. Le progrès est donc indiscutable.

Certes, nous reconnaissons que, cette année encore, l'insuffisance de classes, notamment dans les grands centres où la présence de Directeurs européens aide à constituer des points d'attraction, nous a mis dans la pénible obligation de refuser des élèves. Cependant, si l'on se réfère aux dernières statistiques, celles-ci nous apprennent que les écoles de Hanoi, pour ne citer que la capitale, ont reçu mille élèves de plus que l'année dernière. D'ailleurs croyez-le bien, la progression de l'enseignement primaire est surtout en l'état actuel une question de temps et d'argent. Examinez la répartition des crédits au cours des derniers exercices. Vous constaterez que, depuis cinq ans, sans arrêt, des sommes importantes sont prévues pour les constructions neuves. Pouvait-on, sans danger pour l'équilibre budgétaire, faire davantage? Nous ne le pensons pas.

Nous nous sommes appliqués, quant à nous, à fournir à ce point de vue l'effort maximum, convaincus de ce principe, énoncé autrefois devant vous, par M. le Résident Supérieur Destenay, dans cette heureuse formule : « l'instruction primaire prépare les hommes et l'homme, dans toute civilisation, est le meilleur instrument du progrès.»

Les œuvres de prévoyance sociale ont eu également leur part dans notre sollicitude.

L'Administration du Protectorat s'est efforcée, dans la mesure des moyens dont elle disposait, de poursuivre l'amélioration méthodique des services d'assistance. La lutte contre la maladie dans ses causes multiples et sous tous ses aspects, entreprise au lendemain même de notre établissement dans le pays, coordonnée ensuite par des efforts plus importants et mieux préparés, ne cesse de se montrer chaque jour plus efficace. Les grandes épidémies de peste, de choléra, de variole, qui prenaient souvent autrefois le caractère de véritables calamités publiques, ont aujourd'hui complètement disparu. Les notions d'hygiène et de prophylaxie des maladies contagieuses se vulgarisent et portent leurs fruits. Les soins médicaux, dans des formations sanitaires nombreuses, sont maintenant à la portée de tous. L'indice de la morbidité diminue.

Le Protectorat, cependant, n'estime pas que de nouveaux efforts soient superflus.

Certes, on ne peut songer à accroître indéfiniment le nombre des grands hopitaux. On ne saurait hospitaliser tous les malades, les ressources en argent et en personnel n'y suffiraient pas et la collectivité en tirerait peu de profit. Mais nous avons pensé que les mesures destinées à augmenter la protection sanitaire par l'amélioration continue des services de médecine préventive, d'hygiène et d'assistance devaient retenir notre attention.

Au premier plan de l'action médicale actuelle figure l'extension de l'assistance rurale : multiplication des infirmeries et des maternités de l'intérieur, tournées de consultation dans les localités plus lointaines, distributions de médicaments et de quinine d'Etat dans celles où il ne peut être installé de dépôts à demeure.

Les résultats que nous avons pu déjà enregistrer sont satisfaisants.

Il existe actuellement au Tonkin 26 infirmeries dirigées par des médecins auxiliaires, 13 postes médicaux confiés à des infirmiers indigènes, 8 maternités isolées pourvues de sages-femmes diplômées. Les groupes sanitaires mobiles, comprenant 8 brigades volantes d'hygiène et d'ophtalmologie bien équipées, ont rayonné jusque dans les coins les plus reculés des campagnes, donnant des soins, vérifiant l'état sanitaire des populations, dépistant les foyers épidémiques en formation, prenant sur place les mesures utiles pour les combattre. Au cours de l'année écoulée, 60 kilogrammes de quinine d'État ont été distribués.

Nous pouvons donc dire, sans crainte d'être taxés d'exagération, que l'assistance médicale, sous toutes ses formes, atteint de plus en plus le but pour lequel elle a été créée.

En l'état actuel, elle représente l'aide la plus efficace que nous pouvons apporter au travailleur indigène. Cette aide est-elle suffisante ? Nous touchons à une question délicate qui sera le problème de demain. Dans toute société moderne, le législateur a prévu une règlementation du travail destinée à sauvegarder les intérêts des travailleurs, à améliorer leurs conditions d'existence, à les secourir en cas d'accidents survenus sur les chantiers ou à l'usine et à les aider dans toutes les circonstances malheureuses qui marquent trop souvent leur rude vie de labeur.

L'essor magnifique du pays dans tous les domaines de l'activité économique et morale nous fait une obligation de ne pas nous désintéresser de ce devoir non seulement d'ordre social mais simplement humain. Il doit prendre place dans nos préoccupations.

Il faut donc nous familiariser dès maintenant avec l'idée des sacrifices nécessaires qu'il comporte, afin de l'accomplir, le moment venu, avec une volonté sans défaillance. Nous y parviendrons par une étude attentive du milieu, de ses besoins, de ses possibilités, par une évolution prudente mais sans lenteurs inutiles qui permettra l'adaption et l'application à la colonie des principes généraux des lois sociales. Nous savons que, le cas échéant, nous pourrons compter sur votre collaboration éclairée.

Messieurs, je m'excuse de retenir aussi longuement votre attention. Je ne vous parlerai pas de la situation financière du Protectorat. Elle vous sera exposée en détail au cours de vos délibérations. Ce que nous devons retenir, c'est que le développement du pays, l'accroissement de sa richesse donnent à ses finances une solidité qui n'est pas contestable. Vous verrez que j'ai prévu certaines améliorations dans la répartition de l'impot foncier. Vos avis me seront, à ce point de vue, d'un précieux concours.

J'ai surtout essayé, dans cet exposé, de dégager de la situation actuelle du Tonkin, des progrès réalisés au cours de son évolution rapide, les points essentiels qui nous apparaissent susceptibles, par leur portée générale, de servir d'enseignement pour l'avenir. J'ai voulu vous montrer combien toutes les réformes entreprises se commandent entr'elles, s'articulent et s'enchaînent. La tâche est une et aucun effort n'est négligeable.

Attelons-nous résolument à l'œuvre commune. Travaillons d'un même cœur selon nos moyens et dans la limite de notre action. D'un ensemble d'améliorations pratiquement conçues et réalisées sortira peu à peu un tout qui influencera directement d'une façon profonde et heureuse la vie du pays.

Je vous demande aussi, Messieurs, lorsque vous aurez rejoint vos foyers, de ne pas croire votre tâche terminée. Là plus que jamais, votre rôle peut être utile et votre collaboration féconde. Ce que vous aurez appris, il vous appartiendra de le faire connaître autour de vous. Vous ferez pour nos réformes une bonne et saine propagande.

Vous ferez comprendre les buts d'ordre pratique, la pensée généreuse qui les ont inspirées.

Quant à nous, nos vœux les plus chers seront comblés si nous avons la satisfaction de grouper toutes les bonnes volontés autour de nous, sous le stimulant bienfaisant de cette aspiration unique, celle de la France : le bien des habitants, le bien du pays.

Messieurs, je déclare ouverte la session de la Chambre Consultative.

BẮC-KỲ TƯ-VẤN NGHỊ-VIỆN

Hội-đồng Kỳ tháng Octobre 1925

BÀI DIỄN-VĂN

CỦA

Quan Thống-Sứ **J. KRAUTHEIMER**

Thưa các ông,

Nhân nay khai-Hội-đồng Tư-vấn Nghị-viện kỳ này, bản-chức xin chào các ông là người đại-biểu có kiến-thức của cả bản dân Bắc-kỳ, dân Bắc-kỳ cần-mẫn đinh-ninh một già trông cậy về vận-mệnh, chỉ ước ao mong có nước Đại-pháp giữ cho được thái-bình mà chu-chỉ làm ăn theo vòng trật-tự để làm cho nước-nhà được hưng-thịnh.

Cuộc hưng-thịnh này ta muốn cho có cơ-chỉ vững bền, đủ sức mà chống-chọi với các việc hủy-phá của cảnh-vật, các việc khích-thích của loài người, cuộc hưng-thịnh này ta đã thấy lóe mọc trong cái nhà gianh vách đất của kẻ nông-dân cùng trong các toà nhà tráng-lệ của người phú-hộ, ta đã thấy lóe mọc trong cái ngôi hàng nhỏ bé bán lẻ ở chốn thôn-quê cùng trong các cửa hàng nguy-nga ở nơi thành-thị, ta đã thấy lóe mọc trong gian nhà cha con quây-quần làm thuyền thợ cùng trong các nhà máy to, trong các đại-xưởng công-nghệ.

Cuộc hưng-thịnh này tất-nhiên là do cái tính-chất căn-bản của dân-nhưng các ông cũng nên biết rằng gây được nên cuộc hưng-thịnh này tất cũng phải nhờ về việc trị-an, việc ninh-tĩnh mà nước Đại-pháp ngày ngày thề-tất cho các ông ; cuộc hưng-thịnh này có được tràng-cửu, có được mỗi ngày một tiến, là cũng nhờ về chúng ta đồng-lao cộng-tác càng ngày càng thân-mật, chúng ta đã đem tâm đem lực cho cuộc hưng-thịnh được kết-quả viên-mãn.

Vậy bản-chức xin các ông tận-tâm trong việc đồng-lao cộng-tác này. Công việc còn lại cho chúng ta đây hãy còn ngổn-ngang bời-bời, mông-mênh bát-ngát, nhưng ta cứ theo vết các người tiền-bối, đồng-tâm đồng-lực mà theo đuổi cho kỳ tới mục-đích, một niềm vững-gịa trong cuộc thành-công.

Nhân-dân các nơi thôn dã đã treo cho ta một tấm gương rất là sáng-láng.

Ở Bắc-kỳ ta thì vừa rồi hai tỉnh to bị nạn ngập lụt, ở bên kia cửa-aỉ trong nội-địa nước Tàu, thìloạn-lạc, giặc-cướp tứ-tung, dân-gian đương hồi lầm-than cực-khổ, thế mà nhân-dân xứ ta cứ cần-cù chăm-chỉ, một niềm vững-gịa có cái năng-lực hiển-nhiên một niềm vững gịa cậy nhờ nước Đại-pháp bảo-hộ phù-trì cho.

Nghĩ về hồi vỡ đê Phi-liệt, ngọn nước vô-tình phá-hoại con đường huyết-mạch của nhân-dân, nhân-dân bị nạn lũ-lượt kéo đi, Chính-phủ tổ-chức các việc cứu-nạn, nước ra đến đâu, nhân-dân kéo về đến đấy, lại kiên-tâm ra sức làm ăn, nào cầy nào cấy cho kịp gặt vụ chiêm, tưởng nhớ đến các việc ấy mà ta cảm-động tình-dân đứng trước những cảnh-tượng bi-sầu ấy mà vẫn an-tâm lạc-nghiệp, ta lại cảm-động cái bụng qui-hóa của cả các giai-cấp nhân-dân trong xứ Đông-pháp đã thật tỏ rõ ra cái lòng anh em biết quây-quần cưu-mang nhau trong cơn hoạn-nạn.

Một dân-tộc đối với việc tai-biến đã tỏ ra được bấy nhiêu tang-chứng hi-sinh, nhẫn-nại tất không khi nào lại nghe bậy mà đi nhầm đường lối, không theo con đường chính-đạo mà Chính-phủ Bảo-hộ cùng người đại-biểu của mình vì nhẹ cao-thượng mưu-toan những việc ích-quốc lợi-dân đã vạch đường chỉ nẻo cho mình.

Nhưng mà cũng nên biết một điều rằng trong nước mỗi ngày một thịnh, cái giai-quả của sự tiến-bộ mỗi ngày một rõ, họa có một đôi kẻ quên mất cái tình-cảnh khi xưa, để làm đến những việc xúc-xiểm không hay. Ôi! sao bụng con người ta dễ nhãng thật! Một đôi kẻ ấy quên mất những cảnh-tượng tiêu-điều mà Nhà-nước đã trừ được cho nhân-dân, họ quên mất những điều lầm-than khổ-nhục mà Nhà-nước đã kiên-tâm kiên-trí ra tay cứu vớt cho dân ra khỏi được nhiều rồi, họ quên rằng các công-việc trong nước dù về đường nào Nhà-nước cũng lấy lòng khoan-hồng đại-độ mà bồi-bổ cho được phấn-phát lên nhiều. Họ thấy một đôi điều chưa được chu-đáo thì mè ngay người đi. Ôi! những điều sơ-suất, nào ai có thể tránh được! Dễ ai dám chắc rằng các việc hành-vi của con người ở thế-gian này được thập-phần hoàn-hảo cả. Họ lấy mấy điều sơ-suất ấy mà trách-móc Nhà-nước, họ lấy mấy điều sơ-suất ấy làm tang-chứng cho các điều súc-siểm của họ mà thường là chỉ vì việc cầu lợi thôi.

Xin các ông đừng có nghe những đứa dã-tâm ấy, chúng nó chỉ muốn đóng một vai trò. Những đứa manh-tâm đem lòng hờn-giận ấy nó muốn nghĩ những điều cuồng-dại vẩn-vơ, thì cứ để cho nó vẩn-vơ cuồng-dại, những điều nó nói trước ra hứa ra đều là nhảm cả, viễn-vông cả, bỏ mặc đấy đừng có để tai đến.

Hoặc bất ngờ mà có ông nào gặp thấy những đứa ấy thì các ông lấy tay mà chỉ cho nó xem cái nước lân-bang bên kia đã thực-hành cái ý-kiến viễn-vông của nó thì được kết-quả những thế nào. Các ông lấy tay mà chỉ cho nó xem cái cửa-ải Bắc-phương. Các ông bày-tỏ cho nó xem một nước to-nhớn là thế, giàu có súc-tích là thế, mà chỉ vì xu-hướng về việc loạn-li, bất-phục quyền-bính của Chính-phủ mà thành ra tan nát. Cảnh-tượng ấy nếu chúng nó có thật tâm nghe nhời ông nói thì chúng nó có thể tỉnh-ngộ ra được. Chúng nó sẽ phải nhận ra rằng trong nước ấy chỉ vì những việc hoành-hành của những kẻ manh-tâm vụ-lợi mà nhân-dân tính-chất hiền-lành phải chìm-đắm trong vực cơ-cầu, trong hang giặc-giã, chìm-đắm mỗi ngày một duối. Than ôi! giặc-giã, tiếng giặc-giã deo sau biết bao nhiêu cảnh tượng u-sầu, phá-hại, biết bao nhiêu là nhân-mạng thác-oan!

Cảnh này há chẳng là cảnh thảm-sầu, bọn kia liệu có biết trông đấy mà tự-hối không? Cảnh này há chẳng can-gián được những người ủy-mị, những người ảy-nảy dụt-dè lấy đấy làm gương mà tránh xa khỏi những khí-độc truyền-nhiễm ư.

Thưa các ông, còn về phần các ông, các ông đã hiểu chắc về con đường mà cái nhẽ phải của các ông đã vạch cho các ông. Vậy đôi bên ta đây cứ đường ấy mà theo cho đến thành-công, đừng có ngã-lòng nản-chí. Người đời thế nào là hưởng-phúc? Hưởng-phúc ở đời là mỗi cá-nhân cứ tuần-tự mà tiến lên đến sự sung-sướng ở trong một xã-hội cực-lực tổ-chức và có trật-tự. Chính-phủ Bảo-hộ vẫn để tâm đến điều các ông thỉnh-cầu. Chính-phủ Bảo-hộ vẫn muốn biết các điều cần-dùng của nhân-dân, Chính-phủ Bảo-hộ cùng với các ông và nhờ các ông để tùy theo đại-toàn các việc mà hết lòng thực-hành cái chương-trình tuyệt riệu kia, tinh-túy cái chương-trình ấy tỏ-rạng cái ý-tưởng sáng-sủa của nước Đại-pháp đến khai-hóa cho nước này.

Ý-tưởng cao-xa, việc làm có được kết quả như mỹ-ý không thì mỹ-ý mới có giá-trị. Vậy ta thử xét ngay xem trong một năm nay đủ cả các phương-diện kinh-tế, tinh-thần, ta đã thực-hành được những điều gì cho sự mở-mang xứ này, xứ này đã uỷ-thác cho ta để ta khoáng-chương cho được to-tát và ân-cần về việc hạnh-phúc cho nhân-dân.

∴

Trong các việc mà Chính-phủ Bảo-hộ chu-trì đến thì điều thứ nhất là việc tăng-bồi sự sung-sướng cho nhân-dân ; nhưng mà việc này độc-lực nguyên ở Chính-phủ cũng không được, bởi vì trước khi thực-hiện được tất phải do các công việc làm và cái ý sáng-kiến của mọi người.

Bởi thế, cho nên Nhà-nước Đại-pháp khi đã làm cho xứ Bảo-hộ này được có những khí-cụ thiết-yếu trong nền kinh-tế rồi, như là đường thiết-lộ, đạo-lộ, đê-điều, sông-đào, máng nước, thì Nhà-nước dự-bị ngay các điều thiết-dụng để cho mỗi cá-nhân dễ đường hành-động và thu-xếp đường đất để việc hành-động ấy có thể giúp-đáp cho sự thịnh-vượng của toàn-quốc. Và cái chủ-ý này có ngụ ở trong các cái chính-sách của cả các quan Thống-sứ từ xưa đến nay. Tất cả các việc hoán-cải từ trước đến giờ, như việc lập sổ hộ-tịch, việc cải-lương hương-chính, việc chỉnh-đốn điền-thổ đều có dấu-vết một sự cực-lực vô-tuyệt bất-dịch, để khuyên-hướng về mục-đích đã chỉ-định. Riêng về phần chúng ta đây, ta đã thiết-tha theo đuổi cái công việc mà các người tiền-bối ta đã khởi làm, chủ-đích cho mọi việc hoán-cải được thập-phần giai-quả, bồi đắp cho những hiệu-quả đã thành rồi được vững-chãi và mỗi ngày cứ tuần-tự vững-vàng mà bước lên con đường tiến-bộ.

Việc lập sổ hộ-tịch ở Bắc-kỳ có đã 20 năm nay rồi. Các ông coi đấy, tất không phải là một việc mới. Việc ấy khi khởi đầu đã gặp lắm bước rất là gian-nan. Dân-gian thứ nhất là dân thôn-dã một mực không thuận cho cái điều gì mới xâm vào cái lý-tưởng gia-đình của mình, khi có việc hộ-tịch gì phải khai, thì lấy làm khó chịu lắm. Và các viên-chức, các kỳ-mục, coi việc nhận những nhời khai về hộ-tịch, ít học không hiểu việc, cho nên đã thành ra một việc ngăn-trở, tưởng hình như không tài nào khử được, nhưng việc hoán-cải này dần dần thâm nhập vào trong phong-tục của dân. Thực-hành có hiệu-nghiệm được những điều gì thì dần dần đã bồi-bổ lại. Các ông cũng biết rằng trong các việc bồi-bổ ấy thì việc mới đây là việc làm sổ hộ-tịch bằng quốc-ngữ, thoạt tiên thì cho thi-hành trong tỉnh Hà-đông, rồi thi-hành trong tất cả các tỉnh ở Trung-châu. Việc thi-hành được trôi-chẩy lắm.

Mấy việc hoán-cải này rất là hiệu-nghiệm, ta thấy kết-quả tốt-tươi như thế mà thoả-lòng hả-giạ. Được như thế là nhờ vì ai nấy đều luôn luôn đem tâm đem lực vào, ai nấy đều vững-chí kiên-tâm, và trong việc gì khó-khăn mà mới khởi-đầu thì cũng phải có thế mới thành-công được.

Việc cải-lương hương-chính bồi-bổ những sự thiết-yếu cho các đoàn-thể an-nam. Xem việc cải-lương này thì ta lại được dịp thấy tấm lòng quả-quyết nhẫn-nại của những người coi việc lợi chung hơn là việc tư-lợi ích-kỷ. Các ông tất biết cả cái chủ-đích của việc cải-lương rồi.

Việc cải-lương này là nhờ có quan Thống-sứ thực-thụ gây lập cho. Ngài lập một bản quy-điều về việc cải-lương và chu-chí tinh-tường mọi điều để định các phương-châm thi-hành. Kỳ hội-đồng năm ngoái ngài đã kể việc ấy cho các ông nghe rồi.

Trong năm vừa qua đây, đã làm hết sức cho việc cải-lương được tuần-tự mà thi-hành mỗi ngày một nhiều, nhất là đã gắng hết sức về việc lập sổ chi-thu hàng xã. Khắp các tỉnh Bắc-kỳ, tỉnh nào cũng vậy, đều thấy ra công ra sức thi-hành việc cải-lương cả. Các sổ chi-thu hàng xã hợp-cộng được bao nhiêu tiền, bản-chức không muốn kê ra làm gì vội, vì các ông thấy kết quả hay như thế lại cho là một điều chỉ biên vào giấy rồi bỏ đấy. Cố nhiên rằng thực-sự thì việc cải-lương gặp nhiều điều trở-ngại, tức là những tục-lệ cổ của dân từ xưa tụng-truyền lại, tất một bản quy-điều cũng không đủ sức nào mà khử-trừ ngay được. Có nhiều xã thì sổ chi-thu cũng không đủ tin được, mà có sổ chi-thu chăng nữa cũng là chỉ vì các quan trên giục-giã làm thì họ tuân lệnh mà lập cho xong việc thôi.

Nhưng cũng không nên chưa thấy mặt đã chê bai ngay. Ta cứ kiên-tâm mà chờ-đợi, nhật-tiệm nguyệt-tí tất phải thành-công. Xét cái cảnh-tượng bây giờ lại không đủ tín-nhiệm hay sao? Việc phổ-thông giáo-dục truyền-bá mỗi ngày một nhiều trong toàn-thể xã-hội tất bọn hậu-tiến tiêm-nhiễm được một cái tính cao-thượng hơn về sự hiểu biết cái nghĩa-lợi chung. Bọn hậu-tiến sau này sẽ hiểu rõ hơn và dễ hiểu hơn những bực phụ-huynh cái nhẽ tại làm sao mà phải giữ sổ-sách cho phân-minh tách-bạch: vì bọn kỳ-mục tính hay hà-sách, hoặc vì hãy còn giốt-nát, hoặc vì hay có bụng tư-lợi, vậy có sổ-sách phân-minh tách-bạch thì bọn kỳ-mục không còn hà-sách đường nào được nữa. Các ông là bậc thượng-lưu, các ông hiểu rằng việc cải-lương sẽ có ảnh-hưởng sâu-xa đến dân, vậy Chính-phủ xin các ông giúp Chính-phủ. Chính-phủ muốn bồi-đắp cho việc cải-lương được cái nền vững-chãi, đầu-tiên xin các ông bảo ban cho các con em biết rằng trong việc cải-lương còn khuyết-điểm những gì; sau nữa xin các ông tự quản-trị lấy việc cải-lương trong dân-xã các ông; các ông tìm điều giảng-dụ cho ai nấy đều hiểu biết, các ông tìm những điều đã có kết-quả hay mà vách mắt cho ai nấy đều trông ra, được như thế thì rút được nhiều độ-đường cho chóng đến cái thời-kỳ mà việc cải-lương được thực-sự thi-hành vẹn-đủ toàn-khai; thời-kỳ ấy bản-chức tưởng cũng chẳng lâu lai gì, rồi việc cải-lương từ đây sẽ được thiên-niên trường-cửu như những luật-pháp của thánh-hiền.

Việc tiến-hóa về phương-diện xã-hội thì có việc chỉnh-đốn lại điền-thổ cũng đã là một cung-đường khá lắm. Đã lâu nay các nhà nhiệt-thành về sự tương-lai của xứ này đều nghĩ rằng việc tài-sản điền-thổ cần phải có cái nền-nếp cho lâu bền, nghĩa là phải lập ra một cái khoản-lệ, phải cho nó có một cái vị-chí bất-di bất-dịch vì xưa nay nó chưa có, phải gây cho nó tựa như là có một cái thể-cách theo hình-ảnh như cái thể-cách của nó ở bên Mẫu-quốc.

Nói tóm lại là bây giờ cần phải lập cho xứ này một quyển địa-bạ cho đúng, để làm, biên-ký cho rất cẩn-thận, quyển địa-bạ đối với tài-sản điền-thổ, tức cũng như là quyển hộ-tịch đối với cá-nhân.

Phương-sách riệu nhất, tất nhiên là trong toàn-hạt đều phải đăng vào sổ các tài-sản điền-thổ căn-cứ ở bản đạc-điền từng miếng một. Ấy là cái cách dùng ở bên Mẫu-quốc đấy. Chính-phủ đã thí-nghiệm ở trong tỉnh Hà-đông, quyển sổ đại-toàn các tài-sản bầy tỏ ra cái lai-lịch rất đúng của những bản đạc-điền cũng rất đúng, đo trên mặt đất mà vẽ. Nhưng dùng cách ấy thì lâu mới xong mà lại là rất tốn, vì tài-sản điền-thổ của dân Bắc-kỳ có những miếng cỏn-con nhiều lắm. Bản-chức kể cho các ông nghe một vài con số thì các ông biết ngay hơn là nghe những nhời dài-dòng và các ông sẽ hiểu rằng sự lập sổ địa-bạ như thế thành ra biết bao nhiêu là công việc và Nhà-nước tốn-phí biết bao nhiêu là tiền.

Nguyên trong tỉnh Hà-đông hợp-cộng các miếng điền-thổ mà phải đạc thì thấy có hơn một trăm vạn miếng, nghĩa là một cái số to hơn là cái số các miếng điền-thổ của toàn xứ Nam-kỳ. Vậy nguyên trong tỉnh Hà-đông mà đạc như thế thì tính phác ra mất ba mươi vạn đồng.

Vậy Chính-phủ Bảo-hộ nghĩ rằng dùng cách sau này thì hơn : lập sổ địa-bạ thì cứ lập không cần phải căn-cứ ở bản đạc-điền từng miếng một nữa, bản này cứ dần-dần làm sau mà lấy bản đạc-điền hiện các làng đã có, nguyên trước đã đạc toàn khu cả cánh giồng hoa-lợi gì hoặc cấy thóc-lúa gì, rồi theo nhời khai của điền-chủ mà định giới-hạn cùng là diện-tích của các miếng. Cách này trong tỉnh Ninh-bình đã thí-nghiệm thấy có kết-quả hay, vừa rồi có cho đi xét lại thì thấy khá lắm.

Trong tỉnh Hải-dương cũng dùng cách này, nhưng lại thêm bản vẽ phác các miếng, bản vẽ phác này sau sẽ xét lại khắp với những bức ảnh chụp bằng tàu bay. Chính-phủ định nay mai dùng cách này cho các tỉnh khác như tỉnh Sơn-tây, tỉnh Thái-bình.

Một việc mới khởi xướng như thế mà xét đoán ngay thì khi vội quá, nhưng chắc rằng chẳng bao lâu sẽ được kết-quả hay y như điều ta mong ước ở cái kế-hoạch này của Nhà-nước.

Các việc hoán-cải ấy thực-hành rất là thiết-yếu cho việc tiến-hóa về phương-diện xã-hội của dân-tộc an-nam, nhờ có toàn-thể các việc hoán-cải ấy ta có thể áng-chừng rằng nay mai sắp lập nông-phố ngân-hàng do quan Thống-sứ Monguillot đã đề-xướng ra và ngài đã nhiều lần diễn-giải ra cho các ông nghe về các phương-châm thi-hành.

Thưa các ông, như vậy một phần to về việc của ta đã làm xong. Người nhà-quê khi xưa bị phải bó-buộc trong một cái đoàn-thể hủ-lậu, nay được thoát khỏi, lại được chắc bụng rằng nhờ về trong làng-xã bây giờ tổ-chức theo lối mới thì quyền-lợi thiết-yếu của mình sẽ được che-chở vững-vàng, lại được chắc bụng rằng xưa nay không có vốn, bây giờ có chỗ cho vay dễ-dàng và nhẹ lãi, vậy người nhà-quê nhờ có những phương-kế của Nhà-nước mang lại cho như thế sẽ có thể dùng hết những phương-kế ấy mà giúp cho việc phong-phú của toàn-thể quốc-gia.

Trong mục này Bản-chức cũng muốn nói thêm một việc nữa để các ông nghe cho hết nhẽ, việc này cũng theo một chủ-ý như các việc trên, tức là việc muốn gây, muốn cồ-lệ cho dân an-nam lên trên Thượng-du, Trung-du mà khẩn-điền từng khu nho-nhỏ. Vấn-đề này các ông cũng chẳng lạ gì. Số dân ở Trung-châu thì đầy quá, các làng nhiều dân quá, không đủ đất làm, mà trên Thượng-du thì còn ê-hề những đất bỏ hoang có thể khai-khẩn sinh lợi được. Vậy có dự-lập một bản-điều-lệ, bản ấy sẽ đưa các ông xét, chủ-đích là muốn cồ-lệ cho có một cái phong-trào di-dân lên những đất bỏ không ấy, cốt nhất là gọi đến những người canh-nông nghèo mà cấp cho những khu nho-nhỏ để phá vỡ làm ăn. Thể-lệ cấp đất thật rất đơn-sơ. Thể-lệ đơn-từ khai xét rút đi nhiều, chỉ vừa đủ nhẽ thôi. Xin các ông cứu-xét các lệ ấy cho cẩn-thận, khi cứu-xét có thấy điều gì hay xin cứ thực-tình mà bày tỏ cho Bản-chức biết.

Thưa các ông, Bản-chức nói đây cho các ông nghe về việc Chính-phủ Bảo-hộ tận-tâm tận-lực để bồi-bổ và mở-mang về đường vật-chất cho xứ này, nói như thế cũng đã nhiều rồi, nhưng xin đừng tưởng rằng Chính-phủ chỉ biết đến đường vật-chất thôi, mà sao-nhãng về cái chương-trình cao hơn, mục-đích là làm cho đường trí-tuệ và đường tinh-thần xứ này mỗi ngày một tấn-tiến hơn, mỗi ngày một rực-rỡ hơn. Ấy Chính-phủ Bảo-hộ chủ-ý nhất về cái mục-đích này.

Khi các ông xét sổ dự-toán thì các ông nhận thấy có cái chương-trình to-tát lắm, sắp mang thi-hành để ban-bố việc phổ-thông giáo-dục, cho khắp mọi nơi được hưởng-thụ cái ân-huệ của việc giáo-dục.

Từ năm ngoái đến giờ có 65 nhà-trường mới lập, số học-trò đã tăng lên hơn 5.000 người. Trước các ông có yêu-cầu xin lập một kỳ thi sơ-học yếu-lược bằng tiếng bản-xứ, việc ấy nay đã lập thành rồi, mà đâu đâu cũng rất hoan-nghênh. Năm nay là năm đầu mà có 13.000 thí-sinh trúng-tuyển. Xét qua một điều ấy cũng đủ hiểu rằng việc sơ-học giáo-dục của Chính-phủ Bảo-hộ rất là công-hiệu, Vấn-đề giáo-chức cũng không sao-nhãng. Thường-nhật Chính-phủ vẫn nghĩ đến luôn việc tăng-bổ cho cái giá-trị của các giáo-chức ngạch sơ-học. Cho nên đã dùng nhiều phương-sách hay để cho các giáo-viên có đủ sức mà giậy học cho xứng-đáng với cái địa-vị của mình là ông thầy khai tâm. Vừa có trường sư-phạm để giậy lấy các giáo-viên, vừa có các ban sư-phạm để giậy lấy các trợ-giáo, việc hành-động các ban sư-phạm vừa rồi lại tăng-bổ lên nhiều, cho nên mỗi ngày Chính-phủ lại tuyển được các giáo-chức đủtài. Vả trong các tỉnh lại có dự-định lập các lớp tu-nghiệp dậy riêng về phép giậy học cho các giáo-chức đương tại-chức mà khi trước chưa được học khoa ấy thì học lấy những điều thiết-yếu trong phép giậy học. Xem thế thì biết sự tiến-bộ thật là hiển-nhiên.

Bản-chức biết rằng năm nay hãy còn thiếu trường, nhất là trong các nơi nào có viên đốc-trường người tây thì học-trò các nơi khác lại hay kéo đến xin học nhiều, cho nên không đủ chỗ cho cả học-trò vào được mà phải loại bớt đi, thấy thế bản-chức thật là áy-náy lắm. Nhưng mà cứ xem các bản thống-kê vừa rồi thì biết rằng nguyên các trường tại Hà-nội cũng đã lấy thêm hơn năm ngoái được một nghìn học-trò mới, ấy là chưa kể đến các nơi khác dấy. Các ông cũng nên biết rằng việc phổ-thông giáo dục mở mang tấn-tới cũng phải dần-dần và tùy theo cái khoản tiền mới được. Các ông xét các số tiền trù-tính cho mọi việc mấy năm nay thì các ông sẽ nhận thấy rằng trong hồi năm năm nay, năm nào cũng trù các số tiền to để làm thêm nhiều nhà trường mới. Liệu có thể làm hơn được nữa không? Không, làm hơn nữa thì sổ chi-thu không được thăng-bằng, rồi tất có điều nguy.

Khi xưa quan nguyên Thống-sứ Destenay có đọc cho các ông nghe một câu đích-đáng rằng: « Sự phổ-thông giáo-dục gây nên thành người, mà trong xã-hội văn-minh thì người là một cái cơ-khí linh-thiêng nhất cho việc tiến-hóa ». Bản-chức tin rằng điều ấy phải lắm, cho nên riêng phần bản-chức đã cựu-lực tận-tâm cho việc phổ-thông giáo-dục lắm.

Việc cứu-tế Chính-phủ cũng đã lo-liệu đến.

Chính-phủ Bảo-hộ đã hết sức tuần-tự bồi-đắp cho việc y-tế, sức làm được đến đâu thì đã làm đến đấy cả rồi. Chính-phủ Bảo-hộ khi thoạt vừa mới lập ở xứ này đã nghĩ đến việc trị bệnh, trị cho đủ hết các nguyên-căn, trị cho đủ hết mọi mặt, về sau lại ra thêm sức hơn, lại gây luyện được hơn các phương-pháp trị-bệnh, cho nên việc trị-bệnh mỗi ngày một công-hiệu hơn. Khi xưa những bệnh thời-khí như bệnh dịch-hạch, bệnh dịch-tả, bệnh lên-đậu phát ra dữ-dội tựa như là giời ra tai, thế mà ngày nay thật tuyệt hẳn. Các điều cốt-yếu về việc vệ-sinh, việc phòng-bị cho khỏi bệnh truyền-nhiễm, các điều ấy truyền-bá ra dân-gian hiểu, vậy đã có kết quả đấy. Các nhà-thương mở ra nhiều, dân-gian ai muốn đến chữa thuốc cũng được, việc điều-trị ngày nay không phải riêng của hạng người có tiền nữa. Cái triệu-chứng của những tật bệnh lùi đi.

Tuy đã được như thế, nhưng Chính-phủ Bảo-hộ tưởng rằng cố thêm sức nữa cũng không phải là thừa.

Cố-nhiên rằng không có thể làm mãi ra các nhà thương to cho nhiều được. Vì không có thể rằng cứ ai là người đau thì cho vào nằm ở nhà thương cả. Như thế thì tiền không đủ, người làm cũng không đủ, mà đoàn-thể cũng chỉ được cái lợi côn-con thôi. Vậy Chính-phủ nghĩ rằng cũng nên lưu-ý dùng những phương-pháp để tăng việc bảo-vệ sự khang-cường cho nhân- dân, các phương-pháp ấy là cứ bồi-bổ luôn luôn cho việc cấp thuốc phòng-bị, việc vệ-sinh, việc y-tế.

Trong việc y-tế bây giờ thì việc thiết-yếu nhất là việc y-tế trong các nơi thôn-xã : tức là làm cho nhiều các bệnh-viện và các nhà hộ-sinh ở trong các hạt. ở những nơi xa thì cho các viên thầy thuốc đi kinh-lý đến mà thăm bệnh, ở những hạt nào không thể lập nhất-định được hẳn sở chữa thuốc thì đem phát cho dân các thứ thuốc và thuốc ký-ninh của Nhà-nước.

Các việc ấy kết-quả đã thấy được hay lắm.

Hiện nay trong xứ Bắc-kỳ có 26 bệnh-viện do các viên thầy thuốc an-nam quản-trị, 13 sở phát thuốc giao cho các người khán-hộ an-nam coi nom ; 8 nhà hộ-sinh ở biệt riêng ra không dính với bệnh-viện nhà thương, cac nhà ấy đều có những cô-đỡ đã đỗ có bằng ở trường Thái-y. Lại có những đoàn phục-dược luân-chuyển ; các đoàn ấy có 8 phi-đội coi việc vệ-sinh và bệnh đau mắt, có đủ cả người làm và đủ cả khí-dụng chỉnh-tề lắm, các đoàn ấy đã đi đến tận các làng-xóm xa-xôi hẻo-lánh mà chữa thuốc, xét tình-hình sự khang-cường của nhân-dân, khám-phá những nơi có vi-trùng dịch-tễ mà liệu-biện ngay tại đấy các phương-kế để tiệt nọc đi. Nguyên năm vừa qua đã phát cho dân 60 cân ki-lô thuốc ký-ninh của Nhà-nước.

Việc y-tế đủ các mặt, mỗi ngày một tới mục-đích đã chỉ-định, nói như thế là đúng sự thực không ngoa chút nào.

Như tình-hình ngày nay thì việc y-tế giúp đỡ rất công-hiệu cho các thuyền-thợ an-nam. Nhưng cách giúp đỡ như thế đã đủ chưa ? Điều hỏi ấy phiền-phức lắm, đó là cái vấn-đề nay mai đấy. Trong các xã-hội văn-minh ngày nay nhà lập-pháp có lập ra một cái chế-độ lao-động. Cái chế-độ ấy dùng để che-chở các lợi-quyền cho con nhà thuyền-thợ, bồi-bổ cho cách sinh-hoạt của họ, khi có sự tai-nạn bất-kỳ ở nhà máy, hoặc ở sưởng làm thì cưu-mang cho họ, cũng là dúp-đập cho họ trong những khi thời-vận chẳng may. Ôi ! thời-vận chẳng may biết bao nhiêu trong đời một người thuyền-thợ, lao-lực, vất-vả đầu-tắt mặt-tối quanh năm.

Xứ này đã phát-phát được rực-rỡ đủ cả các mặt kinh-tế và tinh-thần bắt buộc ta rằng không được bỏ qua cái nghĩa-vụ này, nghĩa-vụ về phương-diện xã-hội, mà chính lại là nghĩa-vụ của nhân-đạo. Nghĩa-vụ ấy lại phải có một cái vị-trí ở trong các điều ta lo liệu.

Vậy ngay từ giờ ta phải nghĩ đến nghĩa-vụ ấy cho quen đi, phải tính các điều vì nó mà phải hi-sinh, để khi thi-hành đến thì phải quả-quyết mà làm không sờn lòng chút nào. Việc này có thể chu-đáo được. Chính-phủ sẽ cho cứu-xét trong các giới lao-động, cứu-xét về các sự nhu-dụng và các điều khả-năng của họ, rồi sẽ do phép tiến-hóa tuần-tự nhưng không chậm-trễ mất thì giờ vô-ích mà có thể châm-chước thi-hành cho xứ này các cái lý-tưởng, khoan-hồng, đại-độ của những luật xã-hội. Và Chính-phủ cũng biết rằng khi ấy tất nhờ được có cái sự giúp-đỡ cao-kiến của các ông.

Bản-chức nói từ nẫy đến giờ cũng đã khí lâu rồi. Bản-chức không nói về tình-hình tài-chính của xứ Bảo-hộ này, việc ấy khi các ông nghị-luận sẽ diễn-giải tinh-tường. Duy có một điều ta nên nhớ là trong xứ này đã mở mang được nhiều, phong-phú tăng-bội, đường tài-chính công-nhiên vững-chãi lắm. Nên các ông sẽ xét thấy rằng bản-chức có dự-định mấy điều chỉnh-đốn trong việc bổ thuế điền-thổ. Về cái phương-diện này thì cái ý-kiến của các ông sẽ giúp cho bản-chức được việc hay.

Bài này nói về cái tình-hình hiện nay của xứ Bắc-kỳ, nói về sự tiến-bộ đã thực-hành được trong cái hồi tiến-hóa mau chóng của xứ này. Bản-chức có ý muốn tách ra lấy những cái yếu-điểm, xem cái đại-thể quảngcấp, thì liệu chừng cho ta được bài học trong đường tương-lai. Bản-chức muốn bày-tỏ để các ông biết rằng tất cả các việc hoán-cải chỉnh-đốn ấy đều có liên-can với nhau, liên-lạc với nhau và giằng-nối với nhau. Công-việc chỉ có một thôi mà công-lao nào cũng phải cần.

Vậy ta thẳng đà mà sắp lên đường đi, nhất quyết ra tay làm việc lợi chung. Đồng-tâm hiệp-trí ta mang đủ các phương-sách ra mà làm, sức ta làm được thế nào thì ta cứ làm cho hết sức. Các điều tăng-bổ trí-định thiết-dụng thực-hành được thì dần-dần sẽ mọc lên một cái nền tảng có ảnh-hưởng sâu xa, tốt đẹp, thiết ngay cho đường sinh-hoạt của xứ này.

Thưa các ông, Bản-chức cũng xin các ông khi đã về nhà rồi thì đừng có tưởng rằng công-việc thế là xong. Về đến đấy cái địa-vị của các ông mới thật là có ích, về đến đấy việc các ông giúp Chính-phủ mới thật được nhiều. Các điều các ông nghe thấy đây thì các ông phải kể lại cho chung quanh ai nấy đều biết. Các việc hoán-cải chỉnh-đốn của Nhà-nước thì các ông phải cổ-võ cho nhiều mà cho được lợi. Các ông sẽ bày-tỏ cho ai nấy đều hiểu những cái mục-đích cùng cái lý-tưởng khoan-hồng đại-độ đã gây nên các việc hoán-cải chỉnh-đốn này.

Còn về phần Chính-phủ, điều Chính-phủ sở-nguyện, điều Chính-phủ thiết tha yêu-cầu là mong sao quây-quần được với Chính-phủ các tấm lòng quả-quyết để cùng nhau núp dưới vị bồ-dưỡng ơn-nhuần của cái vọng-tưởng độc-nhất vô-nhị kia là cái vọng-tưởng của nước Đại-pháp, cái vọng-tưởng ấy là : hạnh-phúc cho dân, hạnh-phúc cho nước.

Thưa các ông, Bản-chức xin khai Hội-đồng Tư-vấn Nghị-viện kỳ này.

IMPRIMERIE
D'EXTRÊME-ORIENT
HANOI-HAIPHONG